நட்சத்திரக் காதலி
(கவிதைகள்)

ஏ.ஆர்.ஈசுவரி

நியூ செஞ்சுரி புக் ஹவுஸ் (பி) லிட்.,
41-பி, சிட்கோ இண்டஸ்டிரியல் எஸ்டேட்,
அம்பத்தூர், சென்னை - 600 050.
☏ : 044 - 26251968, 26258410, 48601884

Language: Tamil
Natchaththirak Kaathali
(Kavithaigal)
Author: **E.R.Eswari**
First Edition: October, 2023
Copyright: Publisher
No. of pages: 102
Publisher:
New Century Book House Pvt. Ltd.,
41-B, SIDCO Industrial Estate,
Ambattur, Chennai - 600 050.
Tamilnadu State, India.
Email: info@ncbh.in
Online: www.ncbhpublisher.in

ISBN: 978 - 81 - 2344 - 539 - 7
Code No. A4903
₹ **125/-**

Branches
Ambattur 044 - 26359906 **Spenzer Plaza (Chennai)** 044-28490027
Trichy 0431-2700885 **Pudukkottai** 04322- 227773 **Thanjavur** 04362-231371
Tirunelveli 0462-4210990, 2323990 **Madurai** 0452 2344106, 4374106
Dindigul 0451-2432172 **Coimbatore** 0422-2380554 **Erode** 0424-2256667
Salem 0427-2450817 **Hosur** 04344-245726 **Krishnagiri** 04343-234387
Ooty 0423 - 2441743 **Vellore** 0416-2234495 **Villupuram** 04146-227800
Pondicherry 0413-2280101 **Nagercoil** 04652 - 234990

நட்சத்திரக் காதலி
(கவிதைகள்)
ஆசிரியர்: ஏ.ஆர்.ஈசுவரி
முதல் பதிப்பு: அக்டோபர், 2023

அச்சிட்டோர்: **பாவை பிரிண்டர்ஸ் (பி) லிட்.,**
16 (142), ஜானி ஜான் கான் சாலை, இராயப்பேட்டை, சென்னை - 14
☎: 044-28482441

All rights reserved. No part of this book may be reprinted or reproduced or utilised in any form or by any electronic, mechanical, or other means, now known or hereafter invented, including photocopying and recording, or in any information storage or retrieval system, without permission in writing from the publishers.

கோவை மாவட்டத்தில் உள்ள பதுவம்பள்ளி என்னும் கிராமத்தில் எளிய குடும்பத்தில் பிறந்தவர் ஏ.ஆர்.ஈஸ்வரி. பெற்றோர் அரங்கசாமி - கருப்பத்தாள் ஆவர். கணவர் அ.இராமசாமி என்பவர் சித்த மருத்துவராக உள்ளார்.

திருப்பூர் எல்.ஆர்.ஜி அரசு மகளிர் கல்லூரியில் பி.ஏ., தமிழ் பட்டம் பெற்று பேரூர் தவத்திரு சாந்தலிங்கம் அடிகளார் தமிழ்க் கல்லூரியில் எம்.ஏ., பட்டம் பெற்றார். எம்ஃபில் மற்றும் பி.எச்.டி ஆராய்ச்சிப் பட்டங்களை பாரதியார் பல்கலைக் கழகத்தில் பெற்றார். இவர் 'நாட்டுப்புற மருத்துவம் ஓர் அறிமுகம்' என்ற தலைப்பில் தமிழ் வளர்ச்சிக் கழக நிதியுதவி பெற்று அரிய நூலை வெளியிட்டுள்ளார்.

மேலும் நாட்டுப்புற நந்தவனம், நான் கண்ட புதையல், நீலகிரி வட்டார வழக்குச் சொல்லகராதி, குழந்தைப் பாடல்கள் ஆகிய நூல்களை எழுதி வெளியிட்டுள்ளார். இப்போது திருப்பூரில் உள்ள எல்.ஆர்.ஜி. அரசு மகளிர் கலைக் கல்லூரியில் தமிழ்த்துறை இணைப் பேராசிரியராகப் பணியாற்றி வருகிறார். நாட்டுப்புற மருத்துவம் மற்றும் பாடல்களில் நல்ல புலமை பெற்றவர்.

புதுமை (காண)வா

புதிய உலகில்
புறப்பட்டு
வருவதற்குள்
வாழ்க்கைப்பாடம்
கற்கத்
தாயின் கருவறையில்
கனாக் காணும்
சிசுவே! புதுமையே வா!

மனிதப் பிறவியாய்
உற்பவிக்கும்
மழலையே
மண்ணின் மணத்தை
உயிர்மூச்சாய்
சுவாசித்துத்
தியாக உணர்வைத்
தாய் மண்ணில்
நிலைக்கும் சமத்துவத்தை
நிலைநாட்ட வா!

சமத்துவ உள்ள(ம்) ஏரால்
ஆழ உழுது
நல்லெண்ண வித்துக்களை
விதைத்து
தூய சிந்தனையால்
நீர் ஊற்றி
நீதி உரம் போட்டு
நம்பிக்கைப் பயிர் வளர்த்து
கயமைச் செடிகளைக்
களை பறிக்க வா!

இருமனம் இணைந்தவர்
திருமணம் நடத்தி
இல்லற வாழ்வில்
இனிமையாய் வாழ
புதுமணத்
தம்பதிகளை
வாழ்த்தப் புறப்பட்டு வா!

பெரும்பண முதலைகளிடம்
பணத்தைப் பிடுங்கி
வறுமைப் பிணி போக்கிப்
பாலைவன நாட்டை
மலர்ச்சோலை வள
நாடாக்க வா!

வாழ்நாள் முழுதும்
மக்களுக்காகப்
பாடுபட்டுத்
தன் சொத்துக்களை
நாட்டிற்காகக்
கொடுத்த
புண்ணியர்
வாழ்ந்த நாட்டில்
நாட்டுச் சொத்துக்களைத்
தன் சுய நலத்திற்காக
சுரண்டியதைத் தட்டிக் கேட்க வா!
பெரியோரைப்
புறக்கணிக்காமல்
பேணிக்காத்து
ஆண்களை மதித்துப்
பெண்களைப் போற்றிப்
புது உலகம் படைக்க வா!

ஐம்பூதங்கள்

அண்டத்திற்குள்
பிண்டம்
பிண்டத்திற்குள்
அண்டம்
அண்டத்தின்
கருமுட்டை
அடுக்குக்
கலையாமல்
அடைகாத்து
பூமி அதிர்வால்
அடுக்குகள்
கலைந்து
கருச்சிதைவு
ஏற்பட்டதால்
நிலத்திற்கு
அதிர்ச்சி.

பௌதீகக்கலவைச்
சாரத்தை
சூல் கொண்ட
செல்களின்
கூட்டமாய்க் கூடி
பூமியில் உற்பவித்த
உடல்.

இரத்த நீர்
ஓடிக் கொண்டிருக்கும் வரை
உயிர்ச் சேதம்
எதுவுமில்லை
தடைக்கற்கள்
தடம் விடாமல்
தடை செய்வதால்
இயற்கைச்

சீற்றத்தை
ஈடு கொடுக்க
முடியாமல்
மனிதனுக்கு
மரணம்.

அண்ட உயிர்கள்
நடுக்கம்
விலகி
அண்டிக்கிடக்க
அடைந்தது
என்னவோ
நெருப்புக் கோளத்தை
ஆனால்,
சூரியக் கதிர்
நரம்புகள்
வலியிழந்து
சூன்யமாய்ப்
போனதால்
சூக்கும
உடல்களைச்
சூதாட வைத்தது.

உடல்
உலகில்
காத்துக் கருப்பை
வெளியே
துரத்தி விட்டு
பிராணத்தை
சேமிக்க நினைத்ததால்
பிராணி
மனிதர்களால்
மூச்சுப் பிடிக்க
முடியாமல்
சூறாவளிக்
காற்றால்
மூச்சு முட்டித்
திணற வைத்தது.

மனமே துணை

நான் வாழ்க்கையில்
விரக்தியான போது
எனக்கென்று
யாருமில்லை.
என் மனம் தான்
எனக்குத் துணையாக
இருந்து, சொல்லியது
ஆறுதலை.

தன்னம்பிக்கை
தந்து
தாலாட்டித்
தூங்க வைத்தது
பெற்றோரை
இழந்த போது.

கிளிப்பிள்ளைபோல்
தேறுதல்
மொழிகள் சொல்லி
அமர வைத்தது
உறவுகள்
விட்டுச்
சென்றபோது

திக்குத் தெரியாமல்
திண்டாடித்
திணறியபோது
தேற்றித்
துணையானது
மணாளன்
மாண்டபோது.

முட்டிமோதித்
தட்டுத்தடுமாறித்
தேறமுடியாமல்
திணறி
வாழ்வை முடித்துக்
கொள்ள எண்ணியதால்
காய்ந்த இதயத்திற்கு
ஓராயிரம் முறை ஓதி
ஒத்தடம் கொடுத்து ஓதியது
ஒரே மகன்
உயிரிழந்த போது

        என் வாழ்க்கை
        முடிந்த முடிவல்ல
        ஆரம்பம்
        என்றது
        அனாதைக்
        குழந்தைகளுக்காக.

தமிழ்மொழி

தமிழ் மொழியே!
நீ
தமிழனுக்குத்
தாய்மொழியாகப்
பிறந்ததை
எண்ணிப்
பெருமிதம் கொண்டாய்
ஆனால்,
தமிழ்நாட்டில்
பிறந்து
வளர்ந்த
தமிழன்
தமிழ் பேசத்
தெரியாதென்று
பெருமையாகச்
சொல்லும் போது
வெட்கித் தலைகுனிவதை
உணர்ந்தேன்.
தலைகுனிய வேண்டியது
நீயல்ல.
தமிழன்தான்.

    புனிதக் கல்வியை
    ஏழைகளுக்குக்
    கொடுக்காமல்
    பணத்திற்காக
    விற்கிறார்கள்
    ஏலம்போட்டு
    ஏளனம் செய்கிறார்கள்

வீணையை இழந்த
கலைமகளோ
கலி காலக் கல்வியை
அழிப்பதற்குக்
காத்துக் கொண்டிருக்கிறாள்.

மரணம்

இயற்கைச் சீற்றமே!
கண்ணில்
கண்ணீர் இல்லை
அழுவதற்கு!
நெஞ்சில் துணிவில்லை
உன்னை எதிர்த்து
போராடுவதற்கு!
இதயத்தில்
வலிமை இல்லை
தாங்குவதற்கு
பட்டு இதயம்
பட்டுப்போனது
பட்ட மரம் போல்

        உயிர்களைக்
        கொஞ்சம்
        கொஞ்சமாய்
        விழிபிதுங்கி
        சிறிது சிறிதாய்ச்
        சித்ரவதை செய்து
        கொல்லாதே!

உன்னிடம்
மன்றாடிக்
கேட்கிறேன்
எங்கள்
உயிர்
உனக்கு
வேண்டுமென்றால்
எங்களையறியாமல்
நீ
எடுத்துக்கொள்.

நட்சத்திரக் காதலி

பௌர்ணமி
நிலவில்
மாடியில்
மல்லாந்து
படுத்திருந்தேன்.
தென்றல் காற்று
இதயத்திற்கு
இதமாய்
இருந்தது.

வெகுதொலைவில்
அழகாய்த் தெரிந்த
வான நட்சத்திரக்
கூட்டத்தில்
என் காதலி தெரிந்தாள்.

நான் பார்த்தேன்
அவளும் பார்த்தாள்
சற்று நேரத்தில்
மாறி மாறிப்
பார்த்த போது
அவள் மெதுவாக
என்னை நோக்கி வருகிறாள்
வந்தாள்... வந்தாள்...
என்னருகில் வந்தாள்
வந்தவள்
விலகிச் சென்றாள்
பிறகுதான்
உணர்ந்தேன்
அது
'வானவூர்தி' என்று.

ஏமாறாதே

என் கள்ளங்கபடமற்ற
உள்ளத்தால்
மற்றவர்
கள்ளத்தனத்தைக்
கண்டறிய முடியவில்லை.

நான் வழிவகுத்த
வாழ்க்கையில்
வாழ்ந்தோர்
என்னைக் கண்டு ஏசுகிறார்.

உச்சாணிக்குச் செல்ல
ஏணி
என்னிடம் இல்லாததால்
இரவல் வாங்கிக் கொடுத்தேன்
ஏணியில்
ஏறியவர்
என்னைப் பார்த்து
ஏளனம் செய்கிறார்.

குழியில் கிடந்தவனைக்
கை கொடுத்துக்
காப்பாற்றியதால்
கால் தடுமாறிக்
குழிக்குள் விழுந்தேன்
எனக்குக் கை கொடுக்க
யாரும் வரவில்லை.

கற்றுக்கொடுத்தவன்
தொழிலாளி.
தொழிலைக்
கற்றுக்கொண்டவன்
முதலாளி
பிச்சை போட்டவன்
பிச்சைக்காரனானான்
பிச்சை வாங்கியவன்
பணக்காரனானான்
என்னைத்தொடர்ந்தவன்
மாடியிலே
நான் மட்டும் வீதியிலே.

இயற்கை அழிவு

வானுயர்ந்த மலையில்
தேனுண்ட மனிதன்
தீஞ்சுவைக் கனியுண்டு
வாழ்ந்தவன்
விதைகள் முளைப்பதைக்
கண்டதால்
நிலத்தையுழுது
பயிர் செய்தான்
கழனியில்
கால் வைத்து
மண் மணம் கண்டு
சேற்றில் கால் வைத்துச்
சோறு உண்டான்.
ஆழ்கடலில் முத்தெடுத்து
அருமணிகள்
கண்டெடுத்து
உப்பெடுத்து
மீன் உண்டான்

இயற்கையோடு
இயற்கையாய்
மனிதன்
இணைந்திருந்ததால்
இயற்கை மரணம்
அடைந்தான்.

மனிதனுக்காகப்
படைத்ததை
மனிதனே அழித்து
அழிவைத் தேடிக்கொண்டான்.

கடவுள் அனுபவம்

தாகத்தால் தவிக்கையில்
தண்ணீரின்
அருமை தெரிகிறது
கடும் பசியினால்
கூழ் அமிர்தமாகிறது.
மாளிகையில்
இருப்போன்
தெருவுக்கு வந்தால்
குடிசையை உணரமுடிகிறது.

கடுமையான
நோய் தாக்கையில்
பொருள் மீதுள்ள
மோகம் குறைகிறது
அழிவு நெருங்கும் போது
ஆணவம்
அடியோடு அழிகிறது
உயிருக்குப் போராடும்போது
தலைக்கனம்
தானாய் இறங்குகிறது
சாவின் முடிவு
தெரியும்போது
ஆசாபாசங்கள்
அனைத்தும்
அறவே விலகிவிடுகிறது
வாராத்துன்பம்
வந்தபோதுதான்
கடவுளின்
நினைப்பே வருகிறது.

இயற்கைச் சீற்றம்

சுட்டெரிக்கும் வெயிலில்
அனல் பறக்கும்
காற்றை
சுவாசிக்க முடியாமல்
சுடுகிறது
நாசி

நகர மக்களை
நரகமாக்கிய
தொழிற்சாலைக்
கழிவு நீர்
கிராமங்களில்
காலடி வைத்துக்
காலராவைப்
பரப்புகிறது.

மலைமரங்களை
வெட்டியதால்
மழைவளம்
இல்லாமல்
மண் அரிப்பு
கண்டு
மலைவளம்
வறண்டது
பண்பட்ட நிலமெல்லாம்
மலடானது.

வாகனப்பெருக்கத்தால்
சுத்தமாக
சுவாசிக்கக்
காசிக்குப் போனாலும்
காசநோய்
பிணிக்கிறது.
ஆயிர அடிக்கும்மேல்

தோண்டியும்
நிலத்தடி நீர்
இல்லாததால்
பூமியில்
விளைச்சல்
விளையாமல்
விவசாயிகள்
நிலத்தை
அடகுவைத்துவிட்டார்கள்.

விளைநிலங்கள்
எல்லாம்
விவசாயிகள் முன்
கண்ணீர் விட்டுக்
கதறுகிறதாம்
பூமியின்
புனிதத்தை
மாசுபடுத்தி
விட்டார்கள்
அரசியல் பலமும்
பண பலமும்
கொண்டவர்களால் என்று...

இயற்கைச் சீற்றத்தை
உலகமே எதிர்த்தாலும்
போராட முடியாது
என்பதைத் தெரிந்தும்
இயற்கையை
நாசமாக்கியதால்
ரணமாகி
சீழ் பிடித்துப்
புரையோடிக்
கிடக்கிறது
பூமி.

பெண்குல விளக்கு

ஏழ்மையில்
பிறந்து
ஏட்டுக்கல்வி கற்காமல்
சிந்தனையில் வைத்து
நிந்தனை செய்து
மக்களுக்காகப் பேசி
ஏச்சுக்கள் வாங்கி
நய வஞ்சக மாக்களால்
நஞ்சுண்டு
மாண்டவன்
'சாக்ரட்டீஸ்'

கொல்லாத
கொடுமை
உன்னோடு போகாமல்
பச்சிளங்குழந்தையைப்
பரிதவிக்கப்
பலி கொடுத்தாயே!
உன் வாழ்வில்
பல இடங்களில்
பல நாடுகளில்
பட்ட இன்னல்கள்
சொல்லொணாத்
துயரங்கள்
வீரம் விளைந்த
நெஞ்சுரம் வாய்ந்த
"கார்ல் மார்க்ஸ்"
மனைவியோ
'ஜென்னி'
பெண்குல விளக்கு.

விவாகம் நடந்த
தம்பதியர்
விவாகரத்து

வாங்கினால்
பெற்ற பிள்ளைகள்
தாயிடத்தில்
ஆனால்,
தாய் நேசிக்காததால்
'டயானா' மட்டும்
தந்தையிடத்தில்.

இளம் வயதில்
பெற்றோரை
இழந்த கம்பன்
அனாதையானான்
ஆனால்
இளம் வயதில்
பெற்றோர்
இருந்தும்
துளசிதாசன்
அனாதையாக்கப்பட்டான்.
ஆதரிப்பார்
இல்லாமல்
அலைந்த போது
சடையப்ப வள்ளலும்
நரஹரி சாஸ்திரியும்
அடைக்கலம்
அளித்தனர்.

இப்படி
சமுதாயத்தில்
எல்லோரும்
இருந்துவிட்டால்
'அனாதை' என்ற சொல்
அகராதியிலும்
இருக்காது.

குறுக்கு வழியில்
போனால்
கஷ்டம் இல்லாமல்
அதிர்ஷ்டம் வரும்
என்று ஒருவன்

துஷ்டன்
பேச்சைக் கேட்டுத்
தூர விலகாமல்
இஷ்டம் போல்
அனுபவித்து
நஷ்டம் ஆனதோடு
குஷ்டரோகியானான்.

மனைவி விரும்பியதால்
மான் தேடினான்
மணாளன்
நங்கை நவின்றதால்
நகர்ந்தான்
கொழுந்தன்
சீதையினால்
துயரம்தான்
"கோடு"
தாண்டியதால்

இலக்கிய வானில்
உலா வந்த
கம்பனே! நீ
ஆணின் கற்புநெறி
அவசியத்தை
மறக்கவில்லை
அதே சமயத்தில்
பெண்ணை
வசைபாடுவதிலும்
மறக்கவில்லை.

இன்றைய
இந்திரன்கள்
அகலிகைகளை
ஏமாற்ற முடியாது
ஏனென்றால்
உறங்கும் போது கூட
கணவன் வெளியே
செல்வதை
உணர்ந்து கொள்வதால்.

காதல்

நெடுநாள் ஆசையை
நடுநாள் சென்று
மெதுவாய்க்
காதலைக் கனிவாய்ச் சொன்னான்.

வெறிநாய் கையை
வெறுக்கெனக் கடிப்பதுபோல்
கையை
நறுக்கெனக் கடித்தாள்.
கருக்கெனக் கையையிழுத்து
சரக்கெனச் சென்றான்.
மறுநாள்
மென்பாதங்கள்
மண் தரையில்
கண்படும்படி
நடக்கும்
அவளை
சுண்டியிழுக்கும்
மின்சாரப்பார்வைக்
கண்மணி வழியில் வந்தாள்.

எட்டி எட்டி வைத்துச்
சிட்டாக வந்தவளை
எட்டாக்கனி
எட்டிவிட்டதெனப்
பட்டுக் கன்னத்தைப்
பட்டும்படாமல்
தொட்டுப் பார்த்தான்.

கள்ளி கடிக்கவில்லை.
சுள்ளிப்பூச்சேலையில்
தும்பைப்பூக்களால்
அள்ளி வீசி நகைத்தாள்.

மிளகாய்
உதட்டில்
மளாரென்று இச்சொன்று வைத்தான்.
பளாரென்று அறை கொடுத்தாள்
மோகப்பார்வையில்
முகத்தருகே நெருங்கினான்.
நகப்பழக்கண்கள் பயந்து
நகர்ந்தன.

முரடன் போல்
மிரட்டினான்
மிரண்டாள்

இதே நேரத்தில் நாளை
இதே இடத்திற்கு வா! என்னைக்
காதலித்தால் வா!
இல்லையென்றால்
வராதே எனச்
சொல்லிவிட்டுச் சென்றான்.

மறுநாள்
முன்னதாகவே வந்து
மறைந்திருந்து
காத்திருந்தான்.

வெகுநேரமாய்க் காத்திருந்தவன்
வெகு தொலைவில் பார்த்தும்
வராததால்
ஏங்கிப்போய்
ஏமாற்றத்தோடு
திரும்பினான்.
புதரிலிருந்து வந்து
எதிரில்
நின்றாள்.
'கத்திரி' இதயம்
வெட்டாமல் இணைந்தது.
அவளை
அள்ளிக்கொண்டு
பள்ளி கொள்ள வந்தான்
ஸ்பரிசம் தொடங்கும் முன்
நெருக்கத்தை விலக்கினாள்.

    நாயகன்
    நல்கிய
    நறுமண முல்லையை
    வாங்கவில்லை
    திடுக்கிட்டான்
    நானிலத்தில்
    நாணத்தோடு கோலம் போட்டவள்
    கூந்தலில் சூடச்சொல்லி
    அருகில் நெருங்கி
    வந்தாள்
    அவள்
    மூச்சு சுவாசக்காற்றின்
    வெப்பத்தில்
    வேலி போட்டாள்.

நினைவலைகள்

காடுகளில் சுற்றிக்
கள்ளிப்பழம்
பறித்து
உதட்டில் சாயம்பூசிக்
கையில் முள்ளேறிக்
கஷ்டப்பட்ட நாட்கள்
இலந்தைப்பழம்
காரைப்பழம்
கொய்யாப்பழம்
மாறி மாறிப்
பள்ளிக்கூட
வகுப்பறையில்
பாடவேளையில்
பரிமாறும்
நேரத்தில்
வாசனை காட்டிக்
கொடுத்து
ஆசிரியரிடம்
மாட்டிக்கொண்டு
முட்டிபோட்டு
நின்ற நினைவுகள்

அடைமழைக்
காலங்களில்
களர் நிலத்தில்
பொளியோரங்களில்
புடைத்த காளான்களைப்
பிடுங்கி
உப்பு மிளகாய் தண்ணீர்
சேர்த்து
வேகவைத்து
ருசிகண்ட தோழிகள்
ஔவைக்கிழவி
உண்ட
சுட்ட பழம் விரும்பாமல்
சுடாத பழம் பறித்துண்ட
நண்பர்கள்

இளுவான் பாச்சான் பறித்து
உப்பு மிளகாய் சேர்த்து
கல்லில் கொட்டித்
தின்ற சிறுவர்கள்

மரவள்ளிக்கிழங்கு
ராகிக்கதிர்
தட்டக்காய் பயிற்றங்காய்
தீமூட்டிச் சுட்டும் வாட்டியும்
பசியாறிய நேரங்கள்

கரும்பாலையில் சாறுபிடித்து
எலுமிச்சை சாறு சேர்த்து
எல்லோரும் பகிர்ந்து குடித்த
ஞாபகங்கள்
தின்பதற்காகப்
புளியமரம் ஏறித்
துவர்காய் பறித்துக்
கடைசியில்
மூட்டை மூட்டையாய்ப்
புளியங்காய் சேர்த்து
வாங்கிக்கட்டிய
ஏச்சுக்கள்.

பனங்காயைப்
பார்த்ததும்
பனைமரத்தில் ஏறி
அவசரத்தில்
அரிவாளை மறந்ததால்
இறங்கும்போது
பனங்கருக்குப் பட்டு
சட்டை கிழிந்தது.
அம்மாவிற்கு பயந்து
ஆட்டுக்கடா முட்டிக்
கொம்பு பட்டுக்
கிழிந்ததாகப்
பொய்சொல்லி
ஆட்டுக்கடாவிற்கு
அடிவாங்கிக் கொடுத்த
நினைவலைகள்
பருவத்துக்கேற்ற
பழவகைகள்
பசிப்பிணியைப் போக்க
இயற்கை கொடுத்த வரங்கள்.

எதிர்பார்த்த ஞாபகங்கள்

சந்தைநாள் வந்தால்
சந்தோஷம்.
அம்மா வரவை
எதிர்பார்த்து
ஏங்கும் சின்ன விழிகள்
தொலைதூரத்தில்
அம்மா வருவதைப் பார்த்துப்
பறந்தோடிப்
பையை வாங்கிச்
சுமந்து வரும்
சிறு கைகள்
பையில்
தின்பண்டங்கள்
இருப்பதை
நாசியின் சுவாசத்தால்
தெரிந்து
கொள்வேன்.
வாயெல்லாம்
பற்கள் தெரிய
பொரிகடலையும்
பழங்களும்
இரவு உணவாக
மகிழ்ச்சி.
சிறுதானியச்
சோற்றிலிருந்து
விடுதலை பெறப்
பண்டிகை நாட்களைக்
கேட்டுக் கேட்டுக்

காத்திருப்பேன்.
இட்டலியும்
நெல்லஞ்சோறும்
பலகாரமும்
பண்டிகை நாட்களில்
ஆசையோடு
உண்ணும் உணவாக
ஆனந்தம்.
தைப்பொங்கல்
என்றால்
சொல்லவே வேண்டாம்
புத்தாடை அணிந்து
புதுப்பொருட்கள் போட்டுப்
பலகாரங்கள்
பல தின்று
தின்பண்டங்கள்
அத்தனையும்
சொல்லிச் சொல்லி
வாங்கி, வாங்கி
உண்டு, உண்டு
பெருமை பேசிக்கழியும்
பேரானந்தமாய்.

கண்ணே

தாய்ப்பால் குழந்தைக்காக
பசுவின்பால் கன்றுக்காக
இயற்கை உயிர்க்காக
மலர் மங்கைக்காக
சந்தனம் உடலுக்காக
முத்து ஆரத்திற்காக
என் வாழ்வு உனக்காக.

கண்ணகி

அன்றைய கண்ணகி
கணவனுக்காகக்
காத்திருந்தாள்
கோவலன் வந்தான்
'சிலம்புள கொண்ம்' என்றாள்.

இன்றைய கண்ணகி
காத்திருக்கமாட்டாள்
கணவனைக் கையோடு
இழுத்து வந்திருப்பாள்
வராத கணவன்
வந்து நின்றால்
காலில் உள்ளதைக்
கழற்றுவாள்
விற்பதற்காக அல்ல...

காய்ச்சல்

சிக்குன்குனியா
முழிமுழியாய்ப்
போட்டுத்தாக்கியது
தூரத்திலிருந்து
மெதுவாய் வந்து
தக்காளிக்குனியா
கொப்புளமாய்க்
கொப்பளித்தது.
டெங்குக் காய்ச்சல்
டெல்லியிலிருந்து
வந்துவிட்டது
ரயில்பயணமாய்.
வழிபார்த்து வந்தது
பன்றிக் காய்ச்சல்.
விலகி விலகிச்
சென்றாலும்
விமானத்திலிருந்து
இறங்கியது
கொரோனாக் காய்ச்சல்
இன்னும் வருவதற்கு
வழி தெரியாமல்
எதிர்பார்த்துக்
கொண்டிருக்கிறதாம்
பெயர் சூட்டப்படாத காய்ச்சல்கள்.

உள்ளம் கலந்தனர்

ஏர்பூட்டி
உழுகையில்
ஏர் பின்னால்
சால் போடுகையில்
ஏறெடுத்தவளைப்
பார்க்கையில்
ஏதேதோ
அவளும் நினைத்தாள்!
சாணம் கூட்டி
வழிக்கையில்
சலங்கை சத்தம்
கேட்கையில்
சுற்றி வந்து
பார்த்தான்
அங்கவள்
சுகம் அத்தனையும்
கண்டாள்!

சோளத்தட்டு
அறுக்கையில்
சோர்ந்து போய்
நிற்கையில்
சேலையவன்மேல்
பறக்கையில்
சொக்கிப் போய்
நின்றாள்!

வரப்புமேல்
வருகையில்
வழுக்கி விழும்
வேளையில்
தாங்கையில்
வாய் பேசாமல்
மயங்கினாள்!

கோடை மழை
பெய்கையில்
கருநாகம் படம்
எடுக்கையில்
கத்திக் கூச்சல்
போடுகையில்
கலக்கம் தீர்த்துள்ளம்
கலந்தனரே.

அருவருப்பு

உன்மீது கை
போட்டவன்
கன்னத்தில்
'பளார்'
என்று
அறை கொடுக்க
உயர்த்திய கையை
குறுக்கினேன்.
அவன்
கை பட்டதால்
உனக்கு அருவருப்பு
அவன் மேல்
'கை' பட
எனக்கு அருவருப்பு.

பொற்காலம்

பாட்டி
சொன்னாள்
நாங்கள்
அடுப்படியில்
அடங்கிக் கிடந்தோம்
அதுதான்
பொற்காலம் என்று,
பேத்தி சொன்னாள்
நீ அடங்கிக்
கிடந்ததால்
தாத்தா
ஐந்தாறு பெண்களை
அஞ்சாமல் மணந்தார்.
என் கணவர்
அடுத்த பெண்ணிடம்
பேசுவதற்குக் கூட
என்னிடம்
அனுமதி கேட்பார்.

மருத்துவர்

உடல்நிலை
சரியில்லாததால்
மருத்துவரிடம்
சென்றேன்.
காய், கீரை, பழம்
சாப்பிடச் சொன்னார்.

காய் சாப்பிட்டேன்
வயிற்றில் எரிச்சல்
செயற்கை உரத்தின்
நச்சுத்தன்மையால்

கீரை சாப்பிட்டேன்
வயிற்றுப்போக்கு.
கடுமையான
மருந்துகள் தெளிப்பதால்.
பழம் சாப்பிட்டேன்
உடல் வெப்பம்
தலை சுற்றியது
இரசாயனக் கலவையால்.

மருத்துவரிடம்
சொன்னேன்
எதுவும்
சாப்பிடாதே!
மாத்திரைகளைச் சாப்பிடு
என்றார்.
சாப்பிட்டேன்
படுத்தவள்
எழவேயில்லை.

அறுபதாம் கல்யாணம்

கார்மேகக்
கருங்கூந்தல்
பிறை நெற்றியில்
முத்தமிட
அஞ்சன
மீன்விழிகள்
மிரட்சியில் பிறழ
எள்ளுப்பூ
நாசிகள்
விரிந்து
சுருங்க
கொவ்வைச்
செவ்வாயில்
மாதுளை
முத்துக்கள் தெரிய
எலுமிச்சை நிற
வெண்டை விரல்கள்
கோத்து
பூம்பந்தலில்
நாணிக்கோணி
வலம் வந்த காட்சி
கண் முன்னால்
கண்ட காட்சி இருபதில்.

வெண்மேகப்
பருத்திப்
பஞ்சுக் கூந்தல்
ஏறு நெற்றியில்
எகிறிச் சரிய
பணியாரக்
குழி விழுந்த
விழிகள்
சாலாசரம் விலகி
இரக்கமாய் இறங்க
வீட்டின் விட்ட
நாசிகள்
விறைத்து நிற்க
சல வாயில்
கரைப்பற்கள் தெரிய
தொட்டாச் சுருங்கியின்
கைத்தலம் பற்றிக்
கொக்கரித்த விரல்கள்
கோத்த போது
கண்ணீர்க் கடல்கள்
சங்கமித்தன விழிகள்
இருபதில்
ஊடல்
கூடல்
நிறைந்த
இன்பக்காதல்,
அறுபதில்
அன்பு
நிறைந்த
அனுபவக்காதல்.
கோபம் தாபம்
தணிந்த
கனிந்த காதல்
கருணை கலந்த
கண்ணியக்காதல்
அறுபதாம் கல்யாணக்காதல்.

வேலை

வேலை செய்யாதவன்
பணக்காரன்
ஒரு வேளை சோற்றுக்கு
வேலை செய்பவனிடம்
வேலை கொடுக்கிறான்

வேலை தேடுபவன்
வேலை செய்யத்
துடிக்கிறான்
வேலை கிடைத்தவுடன்
வேலை செய்ய
சட்டம் பேசி
ஏமாற்றுகிறான்
தன் வேலையைக்
காட்டுகிறான்.

வேலைக்காரன்
கஞ்சிகுடித்துக்
கட்டோடு இருக்கிறான்
முதலாளி
நெய்யோடு உண்டவன்
நோய்வாய்ப்பட்டான்.

ஆசான்களில் சிலர்

சிறுவர்கள்
மனதில்
தன்னம்பிக்கையை
ஊட்டும்
ஆசிரியர்கள்
முதலில்
தன் மேல்
தன்னம்பிக்கை வேண்டும்

மாணாக்கர்
மனதில்
அறத்துப்பால்
ஊட்டும் முன்
ஆசான்
மனதில்
காமத்துப்பால்
வெளியேற
வேண்டும்.

உள்ளத்தில்
கோபக்கனல்
கொளுந்து
விட்டெரியும் முன்
அமைதித்
தண்ணீரால்
அணைத்து விட
வேண்டும்

அறியாமை

உள்ளக்கோயிலில்
திரியைத்
தீண்டிவிட்டு
ஞான ஒளியை ஏற்றி
சினப்பேயை விரட்டு
பண்படுத்தப்பட்ட
மனதில்
கல்வி விதைகளை
விதை
நம்பிக்கைப் பயிர்
நன்றாய் வளரும்.

முட்டுக்கல்

அன்றாடம்
ஆடு மேய்க்கும்
சிறுவர்கள்
அமர்ந்து
இளைப்பாறும்போது
என் இதயத்திற்கு
இதமாய் இருக்கும்.

        பள்ளிக்கூடப்
        பாலகர்கள்
        பஞ்சு உள்ளங்களால்
        கொஞ்சி உரசினால்
        நெஞ்சம்
        நெகிழ்ந்து போவேன்.

சிறுவர்கள்
சின்ன விரல்களால்
என்னை
வருடும்போது
நான்
சிலிர்த்துப் போவேன்.

குழந்தைகள்
அமுத வாயிலிருந்து
அமிர்த எச்சில்
ஒழுகி
ஈரமாக்கி
மழலைச் சொற்களைக்
கேட்கும்போது
மகிழ்ந்து போவேன்.

ஓடி ஆடிக்
களைத்து
ஓய்வெடுக்கும்
ஏழைக் குழந்தைகள்
என் மீது
சாயும்போது
தாலாட்டி
உறங்க வைப்பேன்.
நான்
கண்விழித்துக்
காத்திருப்பது
இவர்களுக்காகவே.

காதலைத் தேடி

கிராமத்து
சாலையோரக் காட்டில்
மாடுமேய்க்கும்
பெண்ணே!
இது
உங்களோடதுதானே!
எதைக் கேட்கிறாய்?
காட்டைத்தான்
ஏன் கேட்கிறாய்!
நல்ல
விலைக்குப் போகும்
அதனால்,
உன்னைக்
கணக்குப் போட்டேன்.

பட்டா போட்டு
விற்றால்
பட்டையைக்
கழற்றிவிடுவார்கள்.
இது புறம்போக்கு
நிலம் போடா...
அடிப்போடி,
புறம்போக்கு..

அடியே! ராஜாத்தியே!
உனக்காக
ரோஜாப் பூ
கொண்டு வந்தேன்
உன்னைக்
காதலிக்கிறேன்...
இந்தா!
என்ன சொல்கிறாய்?
ரோஜா
எப்படி வந்தது?
கடையில்
வாங்கினேன்
நீயே தண்டச்சோறு
எனக்கு தண்டம்
அளப்பது யார்?
நீயா...? உங்கொப்பனா...!

உழைக்கத்தேவையில்லை
அப்பா சம்பாதித்த
அளவில்லாச் சொத்து
எனக்கு மட்டும்தான்;
அதற்காக
என்னால்
உன்
அப்பாவையெல்லாம்
காதலிக்க முடியாது.
நீ என்னைக்
காதலிக்காவிட்டால்
தற்கொலை செய்வேன்.
செய்து தொலை
அப்படியாவது

உன் தொந்தரவு இருக்காது.
உன் பெயரை
எழுதி வைத்துச் சாவேன்
கவலையில்லை
நாளை
சாவதால்
கடைசியாக
ஒருமுறை
உன்னை நன்றாகப்
பார்த்துக் கொள்கிறேன்.
நீ பலமுறை
பார்த்தாலும்
நான் காதலிப்பதாக இல்லை.

நேற்று
சொன்னது போல்
தற்கொலை செய்தானோ?
எழுதிவைத்துச்
செத்திருப்பானோ?

காலையிலிருந்து
அவனைக் காணவில்லை
ஒரு வேளை
அவன் சொன்னது போல்
செய்திருந்தால்...
யோசித்துக்கொண்டிருக்கையில்
எதிரே வந்தான்.
என்னவோ
தற்கொலை செய்வேன்
என்றாய்
எதிரே வந்து நிற்கிறாய்

நான் தற்கொலை
செய்து கொள்ள
தூக்குக் கயிற்றைக்
கழுத்தில்
மாட்டினேன்.
தூக்குக்கயிறு
உனது சார்பில்
என் காலில் விழுந்து
கதறி
மன்னிப்புக்
கேட்டதால் திரும்பி
வந்துவிட்டேன்.

நான் இறந்தால்
நீயும் இறப்பாய்
ஏனென்றால்
உன் உள்ளம்
என்னிடம்
இருப்பதால்,
ஓடி வந்தேன்.

அநீதி

நேர்மையில்லா
காவல்துறையைத்
தீ வைத்துக்
கொளுத்த வேண்டும்
உண்மையில்லா
நீதிபதிகளை
நிற்க வைத்துச்
சுட வேண்டும்.
நீதிதேவதையை
நிர்மூலமாக்கும்
வழக்கறிஞர்கள்
இல்லாமல்
செய்யவேண்டும்
வாய்தா
போட்டுப்போட்டு
ஏழைகளின்
உயிரைக் குடிக்கச்
செய்யும்
கயவர்களைக்
கொல்ல வேண்டும்
வாய்மையின்
வயிற்றில் அடித்து
சட்டத்தை
அரசியலாக்கும்
சட்டம் நமக்கெதற்கு?
பணமுதலைகளின்
பாவம் கழுவ
சட்டப் புத்தகங்கள்
எதற்கு?

கொலுவிருக்கும்
சட்டப்புத்தகங்களை
அநீதியாக்கும்
கொள்ளையரைக்
கழுவிலேற்ற வேண்டும்

அக்கினி நட்சத்திர
வெயிலில்
அடையாளம்
தெரியாமல்
அநீதிக்கு
நிழல் கொடுக்கும்
காவலர்கள்.
குடிமக்கள்
என்றால்
வெயிலில் காயவைத்துக்
குளிர்காய்கிறார்கள்.

பணம்

குடும்பத்தில்
பணம் இல்லையேல்
பாசம் பொங்குகிறது
பணம் இருந்தால்
பாசம் பிரிகிறது
சொத்து இல்லையேல்
சுகம் இருக்கிறது
சொத்து இருந்தால்
சொந்தம் முறிகிறது.

ஏழை என்றால்
கைகளை விலக்கித்
தள்ளுகிறது.
பணக்காரன் என்றால்
கைகளால் வணங்கி
வரவேற்கிறது.

கடன்காரன்
நடையாய் நடந்து
பணத்தை வாங்கினான்
பணங்கொடுத்தவன்
நடையாய் நடந்து
பணத்தை
வாங்க முடியவில்லை.
பணங்கொடுத்தவன்
உடல் தேய்ந்தான்
கடன் வாங்கியவன்
உடல் வளர்த்தான்.

வறுமையில் வாடினால்
வருந்துவோர் இல்லை
செல்வத்தில் செழித்தால்
சேவகர்கள் கோடி
காசில்லாமல் வாழ்ந்தால்
ஊர் ஏசும்
வசதியாய் வாழ்ந்தால்
புகழாரம் சூட்டும்

பொன் இருந்தால்
பெண்ணுக்கு இழைக்கும்
பாவங்கள்
புதைந்து போகின்றன
காசு இருந்தால்
துஷ்டர்களின்
கற்பு நெறிக் களியாட்டக்
குற்றங்கள்
காணாமல் மறைகின்றன.

பொருள் இருந்தால்
கொலையாளி
அரசுக்கட்டிலில்
அமர்க்களம்
நிரபராதி
சிறைக்கைதிக்
கொட்டிலில்
கொலைக்களம்
பணமே நீ
பன்முகம் கொண்டனையோ

இல்லறம்

அறியாமையை
அறிந்துகொள்பவன்
அறிவுடையவனாகிறான்
அறியாமையை
அறியாதவன்
அறிவில்லாதவன்
ஆகிறான்

        இல்லறத்தை
        இனிதே நடத்தும்
        இல்லறத் தலைவி
        இல்லையென்றால்
        இல்லறம் என்பதே
        இல்லாமல் போகும்.

கண்ட கண்ட
வாசனைத்
திரவியத்தை
கண்டபடி
போட்டதால்
கண்டபடி
வாந்தியெடுத்தாள்.
இதைக்
கண்டவனும்
குமட்டுகிறான்.

சிக்கல் ஏற்பட்டால்
சிக்கலைத் தீர்க்குமுன்
சிக்காமல் பொறுமையாய்
சிக்கு எடுத்தால்
சிக்கலை
சிக்கல் இல்லாமல் தீர்க்கலாம்.

தவறு செய்கிறவனுக்குத்
தவறு
தவறாய்த் தெரிவதில்லை
தவறு செய்யாதவனுக்குத்
தவறு
தவறாகத் தெரிகிறது.

தெரியாததைத்
தெரிந்தவன் போல் நடிப்பவன்
தெரியாமலே போகிறான்
தெரியாததைத்
தெரியாதென்பவன்
தெரிந்து கொள்கிறான்

நாட்டை நினைத்தவன்
வீட்டை மறந்தான்
வீட்டை நினைத்தவன்
நாட்டை மறந்தான்

பிரச்சனையைப்
பிரச்சனை எழாமல்
பிரச்சனையைச்
சமாளிப்பவன்
பிரச்சனையே
இல்லாமல்
சமாளிப்பான்

பெண் பெற்ற ஆடவன்
பெண்ணை மணக்கிறான்
பெண்ணை மணந்தவன்
பெண்ணைப் பெறுகிறான்

பெண்ணைப் பெற்றவன்
பெண்மையை உணர்வதில்லை
பெண்ணின் மகத்துவம் புரிவதில்லை.

மெய்மேல் பற்றில்லாதவன்
மெய்யை மறக்கிறான்
மெய்மேல் பற்றுடையவன்
மெய்யாய் நடக்கிறான்

நாணய மனிதனிடம்
நாணயம் தங்க விரும்புகிறது
நாணயமில்லா மனிதனிடம்
நாணயம் தங்க
நாணுகிறது.

அனுபவப் பேராசிரியர்கள்

உலகிற்கே
சவாலாக
இருந்து வந்த
பொருளாதாரம்
அந்நிய
ஆதிக்கத்தால்
சீரழிந்தாலும்
வளர்ச்சி நிலை
என்னவோ
வளர்ந்து
கொண்டே வந்தது.
ஏனென்றால்
குடும்ப ஒற்றுமை
ஒருவருக்கொருவர்
செய்த
தியாகம்
உழைப்பு
செயற்கை உரங்கள்
நச்சு மருந்துகள்
இல்லாத
இயற்கை வழி
வேளாண்மையில்
நோய்த்தாக்குதல்
இல்லாமல்
தரமான
அதிக மகசூல்
கிடைக்கும்

வழியை
இந்திய விவசாயிகளிடம்
கற்றேன்.
இந்திய விவசாயிகள்
"பேராசிரியர்கள்"
என்றார்
'ஆல்பர்ட் ஹாவர்'
இந்த விவசாயம்
எங்கே போயிற்று?

தரமான பொருட்களை
குறைவாக
உற்பத்தி செய்தாலும்
நல்ல விலை கிடைக்கும்
சமூகத்தில் மதிப்பு
பேரும் புகழும் நிலைக்கும்
தரமான பொருட்கள்
வெளிச்சந்தையில்
அதிக விலைக்கும்
விலை போகிறது.
குறைந்த விலைக்கு
ஆசைப்பட்டு
தரமற்ற
இயந்திரங்களை
வாங்குவதால்
நெடுநாட்கள்
உழைக்காமல்
பழுதுபட்டு
கோளாறு கண்டு
மனிதன்
உயிருக்கே
உலை வைக்கிறது
தரமற்ற பொருட்களை
அதிகமாக உற்பத்தி
செய்வதை விட
தரமான பொருட்களால்
தீமைகள் வருவதில்லை.

சிறுமியின் கண்ணீர்

வீடு ஒழுகும்
மழைக்காலங்களில்
எச்சரிக்கையாய்
முன்னதாகவே
விறகுகளைப்
பாதுகாத்து
மழை ஒழுகாத
இடத்தில்
வைத்திருப்பேன்.
நான் குளிரில்
நடுங்கும்போது
சர்க்கரை
தூள்
இல்லையென்றால்
தானிய மாவால்
கூழ் காய்ச்சிக்
கொடுப்பாள்
அம்மா.
இல்லையென்றால்
தண்ணீரைக்
காய்ச்சிக்
குடிக்கச் செய்து
குளிர் போக்குவாள்.

மண்தரை
என் மீது
கொள்ளைப்பிரியம்
என்னுடல் அதன்மீது
படவேண்டுமாம்
காலில்
செருப்பில்லாமல்
நடப்பதால் அதற்கு
அத்தனை ஆசை
கல்லால் கால்தட்டி
விழ வைத்துச் சிரிக்கும்.
என்
காலில் காயங்கள்
கவலைப்பட்டதேயில்லை
ஆனால்
பாவாடை
சட்டை சீருடை
அழுக்காய்ப் போனால்
அழுவேன்.
ஏனென்றால்
ஒரே பாவாடை சட்டை இருந்ததால்

என் தாய் எவரிடமும்
கையேந்திக்
கடன் வாங்கியதில்லை
இல்லையென்று
இரவல் கேட்கவில்லை
இல்லை என்பது இல்லாமல்
ஒரு படி தானியமாவது
எப்போதும்
சட்டியில்
இருந்து
கொண்டேயிருக்கும்.
அடுத்தவர் பொருளுக்கு
ஆசைப்பட்டதில்லை
ஆடம்பரத்தை

விரும்பியதில்லை
ஒரு நாள் கூட
நோய்வாய்ப்பட்டுத்
தலையில்
கை வைத்துப்
படுத்ததும் இல்லை.
வேலை செய்யச்
சலித்ததுமில்லை.
ஊர்
உறங்கியபின்
இருளில்
அம்மாவைக்
காவல் வைத்துக்
குளியல் நடக்கும்.
மழை
என்னோடு போட்டி
போட்டுக் கொண்டு
விடியும் வரை பெய்யும்.
பகலில் உடலில் பட்ட
அழுக்குகளைப் போக்க
முகம், கை,
கால் கழுவி விட்டுக்
குளிக்காத
நாட்களும் உண்டு

எனக்குப் புன்னகை
மட்டுமே சொந்தம்
பொன் நகை
எதுவுமே இல்லை.
அதனால்
திருமணப் பந்தலில்
தீண்டப்படாதவளானேன்

காளையொருவன்
காளையையடக்க
வந்தவன் போல்
கன்னியை
அடக்க வந்தான்.
காளையின் பார்வையோ
காமப்பார்வை.
அது
காதல் பார்வையல்ல.
காமுக இச்சைக்கு
இணங்காததால்
நடுவீதியில்
நிற்க வைத்து
முடை நாற்ற
மலர்களால்
அர்ச்சனை செய்து
பாம்புவில்லையால்
ஆராதனை எடுத்து
வசைகள் பாடி
பாராட்டி மகிழ்ந்தான்.

வீதியில்
செருக்கோடு
செம்மாந்து
நடக்கையில்
மானமே இல்லாத
மதிகெட்ட
பெண்கள்
விமர்சித்த
அவமானங்களை
தூக்கியெறிந்து
துணிந்து நடந்தேன்.

இரவில்
படுக்கையில்
ஆனந்தக்
கண்ணீரால்
உள்ளத்தைக்
கழுவித்
தூய்மைப்படுத்துவேன்.
அர்ச்சனை சூடத்தால்
கொந்தளித்த
விழிகளை
குளிர்ந்த நீரால்
குளிர வைப்பேன்.

பொறாமைக்காரர்கள்
தண்டோராப்போட்டு
எனக்குப்
பிடிக்காமலே
பட்டங்கள் சூட்டிப்
பெருமிதம் அடைந்தார்கள்.

நான்
மன உறுதியில்
மாறாமல்
தன்னம்பிக்கையில்
தளராமல்
போராடிப் படித்த
படிப்பிற்காகப்
பெற்ற பட்டங்கள்
ஊரிலேயே
முதல் முனைவர் பட்டதாரி.

கல்யாணச் சந்தையில்
என்னை
விலை கொடுத்து
வாங்க முடியாமல்
மூச்சுத்
திணறினார்கள்.

கனவு

தேர்த்திருவிழா
அம்மாவிடம்
அடம்பிடித்துத்
தங்கச் சங்கிலியைக்
கழுத்தில்
அணிந்து கொண்டு
குதூகலமாகக்
கோயிலுக்குச் சென்றோம்.

தங்கச் சங்கிலியைக்
கையில் பிடித்துக்கொண்டே
நடந்தேன்.
திடீரென்று
கூட்ட நெரிசலில்
ஒருவன்
அப்பா கையை
விலக்கித்தள்ளி
வெகுதூரம் என்னைத்
தள்ளிச் சென்றான்.
வந்த இடம்
தெரியவில்லை
நின்ற இடம்
புரியவில்லை
அவன்
சுற்றும் முற்றும்
பார்த்துவிட்டு
என்
கழுத்தைப் பார்த்தான்
அதற்குள்
சிலர்
எதிரே வந்தனர்
நான்
ஓடிப்போய்

விவரம் சொன்னேன்
ஊரும்
பெயரும்
ஒலி வலம் வந்தது

திக்குத் தெரியாத
என்னைப்
பெற்றோரிடம்
சேர்த்தார்கள்
நாங்கள்
எங்கு சென்றாலும்
அவன் முகம்
எனக்கு மட்டும்
அவன் முகம்
தெரிந்து கொண்டேயிருந்தது
அப்பாவிடம்
கைகாட்டிக்காட்டும்போது
காணாமல் போகிறான்
அம்மாவிடம்
சொல்லும்போது
மறைந்து விடுகிறான்
என் கண்கள்
அவனைத்
தேடிக்கொண்டே இருந்தது.
மீண்டும் அவன் வந்தான்

தங்கச் சங்கிலியைப் பறித்தான்
கத்தினேன்
உண்மையாகவே அலறினேன்
அம்மா பயந்து போனாள்
கனவு கண்டாயா? என்றாள் அம்மா
ஆமாம்
எனக்கு
இனிமேல்
தங்கச்சங்கிலியே வேண்டாம்
என்றேன்
அம்மா அரவணைத்துக் கொண்டாள்.

நன்றியில்லா மாக்கள்

ஆளுவோனுக்கும்
அதிகாரிகளுக்கும்
அடிமையாய்
இருப்பதைவிட
ஆங்கிலேயனிடம்
அடிமையாய்
இருந்திருந்தால்
நாட்டிற்காக இழந்த
நல்லுயிர்கள்
நல்ல விதமாய்ப்
போய்ச் சேர்ந்திருக்கும்
மலைபோல் பிணங்கள்
இரத்த ஆறு
சொல்லொணாத்
துயரங்கள்.
சொர்க்க பூமியில்
சொகுசாக
வாழ வேண்டியவர்கள்
சிறையில் வாழ
அடிபட்டு
சித்ரவதை செய்யப்பட்டு
உயிர்போகும் நிலையில்
இடமில்லாமல்
உடையில்லாமல்
உணவில்லாமல்
நோய்க்கு
மருந்தில்லாமல்,
மனம் பதைத்து
வேறு வழியில்லாமல்
நொந்து செத்ததை
வேடிக்கை
பார்த்துக்கொண்டிருந்த
மாக்கள்.

உயிர்த் தியாகிகளின்
வேதனைகள்
துயரங்கள்
சாபங்களாக மாறியதால்
எல்லாம் பலவிதமாய்
வடிவெடுத்து
ஊழல் நாய்களாக
இலஞ்சப் பேய்களாகத்
தலைவிரித்தாடி,
மனிதமிருகங்களாக
மனித இரத்தம் குடித்து
அட்டூழியத்தால்
அழிந்து
போய்க் கொண்டிருக்கிறது.
சுதந்திரத்திற்காகத்
துடியாய்த் துடித்திருந்த
கொடுந்துன்பங்கள்
நாட்டையே
உலுக்கி
நம்மை
ஆட்டிப்படைக்கிறது
விடுதலையின்
நன்றி
மறந்ததால்
நாட்டின் அருமை
தெரியாததால்
அல்லல் அனுபவித்துக்
கொண்டிருக்கிறோம்.

முயற்சி

அதிகப் பேச்சு
ஆயுளைக் கெடுக்கும்
அதிகத் தூக்கம்
சோர்வை வளர்க்கும்
அதிக வறுமை
அவமானம் கொடுக்கும்
இருப்பு வைக்க
நினைப்பவன்
இருப்புக் கொள்ளமாட்டான்
இருப்பதை வைத்து
திருப்தி கொள்பவன்
இன்பமாய் வாழ்வான்
இலக்குமியைச்
சம்பாதிக்க
இலட்சியத்தை விற்காதே
கோடிகோடிப்
பணத்திற்காகக்
கொள்கை மாறி நடக்காதே!
பிறந்த குழந்தை
படுத்த இடத்திலேயே
படுத்துக்கிடப்பதில்லை

தவழும் போது
தவறி விழுந்தால்
தவழ்வதை விடுவதில்லை
நடக்கும்போது
இடறி விழுந்தால்
நடக்காமல் இருப்பதில்லை
தடைக்கற்கள்
தடை செய்தால்
தகர்த்தெறிந்து விடு
முயற்சி செய்து
தோற்றுவிட்டால்
துவண்டு விடாதே
மீண்டும் மீண்டும் முயற்சி செய்
வெற்றி உனக்கே.

தொட்டில் பழக்கம் சுடுகாடு மட்டும்

அடுத்தவர் பொருளை
அபகரிக்க எண்ணியவன்
தன் பொருளைத்
தானாக இழப்பான்
சிறு சிறு பொருளைத்
திருட ஆரம்பித்தவன்
பெரிய திருட்டை
தயங்காமல் செய்வான்
பழகப் பழகக்
கொள்ளையடிப்பான்
கொலை செய்யத்
துணிந்து விடுவான்,

பலநாள் திருடன்
அகப்பட்டே தீருவான்
பின் விளைவறியாப்
பிள்ளைகள்
பிறர் பொருள்
கவர்வதால்
பின்னாளில்
பழிசுமந்து
வாழ்க்கையைப்
பாழாக்கிக் கொள்வர்
பெற்றோர்
தொட்டில் பழக்கத்தைக்
கண்டறிந்து
பெற்றோர்
பக்குவமாய்ச் சொல்லிப்
பெரிய முள்
கையைக் குத்தும்
முன்
சிறு முட்செடியைக்
களைந்தெறிந்தால்
பண்பு
வளமாகச்
செழிப்பாய் வளரும்.

இணைந்த கரங்கள்

விருந்தினர்கள்
வருவார்கள் என்று
அப்பா சொன்னார்
அடுப்படியில்
ஆயத்தமானாள் அம்மா
திண்ணையில்
ஒரு மூலையில்
குறுகுறுவெனப்
பார்த்துக் கொண்டு
விருந்துச் சோறு
கிடைக்குமென
ஏங்கிப்
படுத்திருக்கும் பாட்டி.
வந்தவர்கள்
தின்பண்டங்களைப்
பாட்டியிடம் கொடுத்து
நலமா? என்றனர்
அதற்குள்
அம்மா
அலறினாள்
எதுவும் கொடுக்காதீங்க..
உடம்புக்கு
ஆகாது
சோறு கூடவா?
வேண்டவே வேண்டாம்.
கொடுக்கக்கூடாதென்று
மருத்துவர்

சொல்லியிருக்கிறார்
கொடுத்தால்
வயித்தாலே போயிருமாம்
இது அம்மாவின் சட்டம்.
கறிக்குழம்பு
வாசனை
சாப்பிட அழைத்தது
விருந்தினரை
எல்லோரும்
சாப்பிடும் நேரத்தில்
வறுத்து
வைத்திருந்த
வடசட்டியில் இருந்து
ஈரல் துண்டுகளையும்
சதைப்பற்றுக் கறியையும்
தனியாக எடுத்து
அம்மாவிற்குத்
தெரியாமல்
பாட்டியிடம் கொடுத்தேன்
மணம் மூக்கைத் துளைக்க
சலவாய் ஒழுகும் பாட்டி
வெறி பிடித்தவள் போல்
தின்றுவிட்டு
பாசப்பார்வையால்
என்னைப்
பார்த்துவிட்டு
வாயைத்
துடைத்துக்கொண்டாள்.
என்னைக் காட்டிக்
கொடுக்காமல்
இருப்பதற்காக.
பலமுறை
இப்படி நடக்கும்
மாட்டிக்கொண்டு
அடியும் வாங்குவேன்

இதற்காக பாட்டி
வேண்டாம் என்பாள்
நான் அழுவேன்
எனக்காகவே
வாங்கிக் கொள்வாள்.
விடுமுறை
நாட்களில்
எங்கு சென்றாலும்
பாட்டிக்காகவே
வீட்டிற்கு
வந்துவிடுவேன்.

உடல் நலம்
சரியில்லாமல்
படுத்த படுக்கையானாள்
அம்மா.
சொந்த பந்தம்
பார்ப்பதற்காக
வந்து போனார்கள்.

மருத்துவம் பார்த்தும்
மனைவிக்குச்
சரியாகாததால்
மனம் உடைந்தார்
அப்பா.
பார்க்க வந்தவர்கள்
ரொட்டி, பழம்
தின்னக்கொடுத்தார்கள்
இப்போது,
அப்பா அலறினார்
கொடுக்காதீங்க! அவளுக்கு
எதுவும் கொடுக்காதீங்க!
கொடுத்தால்
ஜீரணமாகாதுன்னு
மருத்துவர்
சொல்லிவிட்டார்.

பாட்டி மெதுவாய்த்
தலையைத்
தூக்கிப் பார்த்தாள்
மனக்கவலையில்
இருந்த அப்பாவிற்கு
ஆறுதல் சொன்னேன்
பாட்டியையும் அம்மாவையும்
நான் பார்த்துக் கொள்கிறேன்
என்றேன்.

அம்மாவிற்கு கஞ்சி
கொடுத்தேன்
அம்மா
பரிதாபமாக பார்த்தாள்

அம்மாவிற்காகத் தயாரித்த
பழச்சாறுகளைப்
பாட்டிக்கும் கொடுத்தேன்

பாட்டிக்கு
வேளா வேளைக்கு
ஆகாரம் செல்லச் செல்ல
எழுந்து
உட்கார்ந்தாள்
மருமகள் படுத்துட்டா
மாமியா எழுந்துட்டா
என்று கிண்டல்
பேசினார் அப்பா.

ஆட்டுக்கால்
சாறு குடிச்சாக்க
என்னுடைய
கால்கள் தெம்படும் என்றாள்
அம்மா படுத்ததால்
பாட்டி கேட்டதெல்லாம்
தாராளமாகக் கிடைத்தது.
கேட்கவும் தயங்குவதில்லை.
நாட்கள் நகர நகர
கால்கள்
தரையில் படக்
கூசக்கூச
திண்ணையைப்
பிடித்துக்கொண்டு
நடந்தே விட்டாள்
பாட்டி.
தடியூன்றிக் கொண்டு
வேலை
செய்யத் தொடங்கினாள்.
மருமகளுக்கும்
பணிவிடை செய்தாள்.
மருமகள்
மாமியாரின்
கைகளைப் பற்றிக்கொண்டு
அழுதாள்.
இருவரையும் அணைத்த
நான்
ஆனந்தத்தோடு
அழத்தொடங்கினேன்.

வீர உலா

அவள்
யாரையும்
நினைப்பதில்லை...
பேசியதில்லை...
ஏன்
ஏறெடுத்தும் பார்ப்பதில்லை
ஆனால்
அவளைப் பார்த்துக்
கேலி செய்து
கேவலப்படுத்தியவர்கள்
கேடு கெட்டுப் போனார்கள்
அவளோடு
போட்டி போட்டவர்கள்
பொடிந்து போனார்கள்
சவால் விட்டவர்கள்
செல்லாக்காசு ஆனார்கள்
வாழவிடாமல்
தடுத்தவர்கள்
வாழ்விழந்து
தவித்தார்கள்...

உயரப் பறந்தவர்கள்
துச்சமென
அவள் தலையில்
எச்சமிட்டுச்
சென்றார்கள்
பொறாமைக்
கண்களால்
பொசுக்கியவர்கள்
புறமுதுகிட்டு
ஓடிப்போனார்கள்
வறுமையைச்
சுட்டிக்காட்டிப்
பழித்தவர்கள்
விக்கித்துப் போனார்கள்
அவளோ
இமாலய
வளர்ச்சியால்
வீரத்திலகமணிந்து
உலா வந்தாள்.

பண்பாளன்

புகுந்தகப் பெண்மைக்குப்
பாதுகாவலன்
மணாளன்...
இல்லறத்தில்
நல்லறம் காண
வைப்பவன்
கணவனே...
ஆயுள் காலம்
வரை
அகலாமல்
தாயாய்,
தந்தையாய்,
தோழனாய்,
அனைத்துமாக
அரவணைப்பான்
அவனே
பெற்றப்பிள்ளை
முதல்
பேரப்பிள்ளைகளோடு
சுகமாகத்
தூக்கிச்
சுமப்பவன்.
பேரன்பும்,
பண்பழகும்
போற்றி
அனைவருள்ளும்
ஒன்றித்திருப்பவன்
அவனே.

கைப்பிடித்தவளைக்
கலங்காமல்
அறவழி மீறாமல்
இனிமையாய்
வாழ்பவன்
பேராண்மை பெற்ற
பண்பாளன்.

கயமை

இல்லறத்தில் கூடி
நல்லறம் காணும்
அபலைப் பெண்ணைத்
தேடிப்போகும்
கயவர்கள்.
வாழ்நாள் முழுவதும்
ஆடிக்களைத்த
கணவன்கள் மேல்
ஒத்த அன்பு
இல்லா மனைவிகள்.
தாயை
துயரில் ஆழ்த்தி
பேதைகளை ஏமாற்றிய
பேதமைச் செயலால்
பெற்ற பிள்ளைகளும்
மதிப்பதில்லை.
தீய வழியைத்
தேடிக்கொண்ட
தந்தையைத்
தீயவனாகவே
முடிவு செய்கிறார்கள்.

செல்லாக்காசு

தாயின்
மனம்போல்
மகன்
மணமகனாய்
மணமகளின் கைப்பற்றி
மருமகள் வந்தாள்.

        தலையணை மந்திரம்
        தலைக்கேறியதால்
        மாத ஊதியம்
        மாதாவின் கைகளை
        மறந்து
        மனைவியின் கைகளுக்கு
        மாறியது.
        மாமியார் கைகளுக்கு
        வீட்டு வேலையும்
        வெளி வேலையும் வந்தது
        தாயின்
        அன்பு மழையில்
        நனைந்ததால்
        தாரத்தின் அம்பு மழை
        சர சரவென
        சாரை சாரையாய்த்
        தாக்கியது

அம்மாவின் பாசமழையில்
குளிர்ந்தால்
மனைவியின் இடியில்
மின்னலடித்துக்
கண்ணீர் மழை
அருவியாய்க் கொட்டியது
பாசமழையைக்
கழுவிவிட்டுக்
கண்ணீர்
மழையைத் துடைத்தான்.

அம்மாவிற்கு
மகன்மேல்
நம்பிக்கை போனது
அதிகாரம் கை மாறி
அமைதியானது
விரும்பிய உணவை
உண்ணும்
சுதந்திரம் பறிபோனது
மதிப்பும் குறைந்தது
வீட்டில் மட்டுமல்ல
சமுதாயத்திலும் தான்.

மகனை இழந்த தாய்

ஆற்றில் விழுந்து
அழிந்த பின்
அலறி அழும்
அபலைத் தாயே!

பத்தாம் வகுப்புத்
தேர்வில்
தேர்ச்சி பெறாததால்
அன்பாய்ச் சொல்லி
அரவணைக்காமல்
தெருவில் நிறுத்தித்
திட்டித் தீர்த்தாய்
மண்டையில் அடித்தாலும்
மண்ணில் புரண்டாலும்
மாண்டவர் மீள்வதில்லை
தெரியாதா உனக்கு?
அழுதது போதும்
அழுகையை நிறுத்து
மதிப்பெண்கள் மட்டும்
வாழ்வை அளக்கும்
அளவுகோலல்ல.
அடுத்த பிள்ளைக்கு
அறிவுரை சொல்லி
அறிவாளியாக்கு
அழுகையை நிறுத்து.

குழந்தை அழுகிறது

பெற்றோர் பிரியமாக
இருந்தால்
பிள்ளையிடம் பிரியம்
பெற்றோருக்கு
சோதனையால்
வேதனை வந்தால்
பிள்ளை பிறந்த நேரமாம்
குழந்தை அழுகிறது.
மலடிப்பட்டத்தைப்
பாழாக்க
மணாளனை
அழைத்துக்கொண்டு
மலைக்கோயிலேறி
மலையாக நம்பியுள்ளேன்
மக்கட்செல்வம் வேண்டி
மண் சோறுண்கிறேன்
என வேண்டித்
தவமாய்த்
தவமிருந்து பெற்ற
தவப்புதல்வி
எனப்
பாராட்டிக்
கொஞ்சி மகிழ்கிறாள்
இப்போது

இருவரின்
மன உளைச்சலால்
உழைத்து
வாழ்க்கை
வாழத்தெரியாமல்
பிஞ்சு மனம்
நோகும்படி
நஞ்சு சொற்கள்
பேசி
மதியில்லாமல்
விதியின் மேல்
பழிபோட்டுக்
குழந்தையைக்
குறை சொல்லிக்
குமுறுகிறார்கள்.
குழந்தை அழுகிறது.
ஓயாமல்
ஓடிய இலட்சுமி
தலைகால் தெரியாமல்
காதலித்துக்
கல்யாணம் செய்து
தலைநாள் பிறந்த
குழந்தைக்குத்
'தலைவிதி'.
பள்ளியறையில்
பள்ளி கொண்டு
கர்ப்பம் தரித்ததும்
பள்ளிச் சந்தையில்
பேரம் பேசி
முன்பதிவு செய்த

பெற்றோர்.
பிரசவ அறையில்
பிரசவிக்கும் முன்
வகுப்பறைப் பிரவேசம்.
வாய்திறந்து
மழலைச் சொல்
பேசுவதற்குள்
பிறமொழிச் சொற்கள்.

பள்ளிக்கூட நேரம்
முடிந்ததும்
வீட்டுப்பாடம்
எழுதப் படிக்கத்
தனி ஆசிரியரிடம் சேர்க்க
அம்மாவின் ஏற்பாடு.

தொலைவில் உள்ள
பள்ளிக்கூடத்தில்
இடம் கிடைக்காதென்பதால்
இப்போதே
விடுதியில் தங்கிப்படிக்க
அப்பாவின் ஏற்பாடு.
வீட்டில் குழந்தை இலட்சுமி
விளையாடுவதற்குள்
பண இலட்சுமி
மருத்துவமனைக்கும்
பள்ளிக்கூடத்திற்கும்
இலட்ச இலட்சமாய்
ஓயாமல்
ஓடி ஓடி
விளையாடுகிறாள்.

கூட்டுக்குடும்பம்

தாத்தா பாட்டி
பெரியப்பா பெரியம்மா
சித்தப்பா சித்தி
கணவன் மனைவி
குழந்தைகள்
கூடி வாழ்ந்தால்
கூட்டுக்குடும்பம் என்றார்கள்
இப்போது
கணவன் மனைவி
குழந்தைகள்
கூடி வாழ்ந்தால்
கூட்டுக் குடும்பம்
என்கிறார்கள்.

சொந்தங்கள்

சொத்திற்குச்
சொந்தம் உண்டு
சொந்தத்திற்குச்
சொந்தம் இல்லை
சொத்தில்
பெண்களுக்குப்
பங்கு இல்லாத போது
சீர்சிறப்புச் செய்து
உறவு
சீராய் இருந்தது.
பெண்களுக்குச்
சொத்துரிமை
வழங்கப்பட்டதால்
சொந்த பந்தம்
மந்தமாகிப்போயிற்று.
திருமணம்
ஆகும் வரை

உயிர் கொடுக்கும்
சகோதரர்கள்
மணமான பின்
உயிர் எடுக்கும்
சகோதரர்கள்
வாய்க்கால் வரப்பிற்கு
வெட்டுக்குத்து
கணக்கில்லாமல்
தன்னையே அர்ப்பணித்த
பெற்றோர்களுக்குக்
கணக்குப்போட்டு
சோறு போடும் பிள்ளைகள்
பெற்றோர் சொற்படி
பிள்ளைகள்
கேட்ட காலம் போய்
பிள்ளைகள் சொற்படி
பெற்றோர்கள்
கேட்கவேண்டுமாம்.
பெற்றோரைப் பேணுவது
பிள்ளைகள் கடமை
பெற்றோரைத்
திட்டித் தீர்ப்பதோடு
பட்டினி போட்டுப்
பார்க்கவிட்டு
உண்ணுகிறார்கள்
நாளை உனக்கும் இதுவே.

மாற்றம்

நாட்டைக்காத்த
அரசன்
ஆசானுக்கும்
ஆத்திகனுக்கும்
பணிந்து
வணங்கி
முதலிடம் கொடுத்தான்.
இப்போது
ஆசானும் ஆத்திகனும்
அரசனுக்கு
முதலிடம் கொடுப்பது
மட்டுமில்லாமல்
பணிந்து
வணங்கி
முதலிடம் கொடுக்கிறார்கள்.
இப்போது
ஆசானும் ஆத்திகனும்
அரசனுக்கு
முதலிடம் கொடுப்பது
மட்டுமில்லாமல்
பணிந்து
வணங்கி
முக்கிய கடவுளாக்கி
வழிபாடு செய்கிறார்கள்

மாணாக்கன்
சொல்வதைக்கேட்டு
ஆசிரியர்கள்
பாடம் நடத்துகிறார்கள்.

ராசியான ராஜா

உன்னைச்
சிலையாக வடித்தேன்
நீ
சிலையைப் பார்த்துச்
சிலையாய் நின்றாய்
உன்னை
மலையாக நம்பினேன்
நீ
என்னை மறுத்ததால்
மலைத்து நின்றேன்
உன்
இரும்பு இதயத்தைக் கடித்து
இறுகிய மனதை
இளக வைக்க நினைத்தேன்
உன்னைக் 'கை'
படாமல் அல்லவா
காதலித்துக்
காத்திருந்தேன்.
அதற்குள்
நீ
நேற்று
வேடிக்கை
பார்க்க வந்தவனோடு
ஓடி விட்டாயே!
தன்னந்தனியே
நின்று கொண்டிருந்த
வெள்ளை ரோஜாவைப் பார்த்தேன்
காதல் ரோஜாவாக

முடிவெடுத்திருந்தேன்
வெள்ளை ரோஜாவைக்
காயப்படுத்தி
சிவப்பு ரோஜாவாக்க
எண்ணினான் வேறொருவன்
அதற்குள்
வெள்ளை ரோஜாவை
மஞ்சள் ரோஜாவாக்கி
மஞ்சத்துக்கு
அழைத்துக்கொண்டான்
மற்றொருவன்.

பெற்றோர்
பார்த்த பெண்ணை
மனம் மாறி
மணம் முடிக்க
மணப் பந்தலுக்குச்
சென்றேன்
மணப்பெண்
காதலனோடு ஓடிவிட்டாள்
நான் ராசியான ராஜா
மீண்டும் புறப்படுகிறேன்
புது ரோஜாவைத் தேடி
எனக்காகக் காத்திருக்கும்
இதயவாசல் தேடி

மனச்சிறை

சந்தனம் தொடும் கை
சாணி தொடக்கூடாது
குங்குமம் இடும் கை
குப்பை கூட்டக் கூடாது
என்று
வேலை செய்யவிடாமல்
செல்லம் கொடுத்து
வளர்த்த அப்பா.
மத்தளம்
கொட்டுவதைப் போல்
மாமியார்
நன்றாகக்
கொட்ட வேண்டும்
நான்
அதைப் பார்க்க வேண்டும்
என்று
வேண்டிக்கொண்டாள் தாய்.
என் படிப்பிலும்
மணம் முடிப்பதிலும்
ஆர்வம் கொண்ட சகோதரன்

தன் பிள்ளையை விட
பெரிய இடம்
வாய்க்கக் கூடாதென
விடிய விடியத்
திட்டிக்கொண்ட
சொந்தங்கள்.
வேண்டாம் வேண்டாம்
எனச் சொல்லியே
வேண்டியதெல்லாம்
பெற்றுக்கொண்ட
கணவன்
எனக்குத் தாலிக்கட்டி
வந்த கணவன்
அவர்
கட்டுப்பாட்டுக்குள்
வைத்தார்
அவர்
மனச்சிறையில்.

காயம்பட்ட உள்ளம்

காயம்பட்ட உள்ளம்
குமுறியது
அண்டை வீட்டானின்
அவமானத்தையே
பேசி மகிழும்
உள்ளம்
தன் வீட்டின்
மானம் பற்றிக்
கவலைப்படாத
கயவர்கள்.

இரவு முழுவதும்
உழைத்துவிட்டுப்
பகலில் உறங்குபவனைப்
பார்த்துக்
கேலி செய்யும்
சோம்பேறிகள்.

பயனற்ற
சொற்களைப் பேசி
நேரத்தை வீணடித்துத்
தற்பெருமை
பேசித்திரியும்
தறுதலைகள்.

விடியலை இரவில்
தேடியலைந்து
ஏணியில்
ஏறவிட்டு
ஏணியைப்
பிடுங்கிவிட்டு
தவறிவிழுந்து
தவிப்பவனை
வேடிக்கை பார்க்கும்
வெறியர்கள்.
அடுத்த பெண்ணை
மட்டமாக நினைத்து
மட்டந்தட்டிப் பேசும்
மடையர்கள்.

அவரவர் பிரச்சனைகள்
ஆயிரம் இருந்தாலும்
அடுத்தவர்
பிரச்சனைகளைத்
தூற்றிக் கொண்டிருக்கும்
துச்சர்கள்.

சிரிப்பவர் போல்
போலியாய்ச்
சிரித்து
உயிர் கொடுப்பவர் போல்
உயிர் எடுக்கும்
புல்லர்கள்

காரியத்திற்காகக்
கால்பிடித்துக்
காரியம் முடிந்ததும்
காலை வாரிவிடும்
கருங்காலிகள்.

கலங்கல்

அநாகரிகம்
தலைதூக்கி நிற்பதால்
நாகரிகம்
தலைகுனிந்து
ஒளிந்து கொள்கிறது.

பண்பாடு
பண்பு கெட்டவர்களால்
பாடாய்ப்படுகிறது.

தலையில்
உரம்
மருந்தானதால்
ஈரும் பேனும்
தொலைந்து
தலைமுடி உதிர்ந்து
அழகு நிலையத்தில்
நாற்று நடவப்படுகிறது.

உடுக்கை இழந்த கைகள்
இல்லாதவர்களுக்குப்
படுக்கை உடையே
பகலில் பகட்டாக மாறியது

கலப்படப் பண்டங்களால்
கலங்காமல்
கலை தட்டும்
வியாபாரத்தில்
கலக்கம் வந்து
நாடே நடுங்குகிறது.

வலையில் சிக்கிய அபலை

மணவறையில்
மணமகன்
மணமகளுக்குத்
தாலிகட்டும்போது
தலைகுனிந்து
புனிதமாய்
தெய்வசாட்சியாய்க்
காண்போர் முன்
கழுத்தில் ஏற
மஞ்சக் கயிறுக்கு
அச்சம்
சில நாட்களில்
துச்சமாய்
நினைத்துக்
கழற்றித்
தூர எறிவதால்.

சிலை

தவறு செய்தவர்கள்
நெஞ்சை நிமிர்த்தி
வீதியுலா வருகிறார்கள்
தவறு செய்யாத
நீ
நடுத்தெருவில்
தலைகுனிந்து நடக்கிறாய்
இருளில் இருப்போர்க்குத்
தீபமாய் இருந்தாய்
வழிதெரியாதவர்களுக்கு
வழிகாட்டியாக வாழ்ந்தாய்.

மனமுடைந்து
தற்கொலைக்கு
முயன்றவனை
தேறுதல் கூறி
வாழ்வளித்தாய்.

பொறாமைக்காரனிடம்
பொறுமையைப்
போதித்தாய்
ஆத்திரக்காரனிடம்
அறிவுரை ஆற்றினாய்
கோபக்காரனிடம்
குணம் போதித்தாய்
போதித்ததினால்
என்ன பயன்
குருவி குரங்கிற்கு
போதித்ததனால்
குருவிக்குக்
கூடில்லை
நீயும் நடுத்தெருவில்
சிலையாக
நின்றாய்

திருந்தி வாழ்ந்தால் கோடி நன்மை

வள்ளுவனின்
வாக்கை
வாழ்க்கையில்
கடைபிடித்து
வாழ்ந்தால்
ஞானியாகலாம்
தரமான கல்வியைக்
கற்றுத் தேர்ந்தால்
அறிஞனாகலாம்
மனதை அடக்கி
வாழ்ந்தவன்
மனிதனாகலாம்
மனிதன்
தெய்வமாகலாம்.

சுயநலம்

படிப்பறிவில்லாத
ஒருவன்
பெண் பார்க்க வந்தவன்
பெண்ணைப் பார்க்காமலே
பூமி இல்லாததால்
புறந்தள்ளிப் போனான்

    விலுக்விலுக்கென
    காலை உதறி நடக்கும்
    வேறொருவன்
    நூறு பவுன் போடாததால்
    பிச்சைக்காரன் வீட்டில்
    பெண் எடுத்தால்
    நானும்
    பிச்சை எடுக்க வேண்டியதுதான்
    என்று
    பழித்துப் போனான்

புழுதியில் புரண்டவன் போல்
அழுக்கு வேட்டியை
மடித்துக்கட்டி
அதட்டிக்கேட்டான்
இன்னொருவன்
பொண்ணு ஒரு
பதினஞ்சு
பதினாறாவது வரைக்கும்
நல்லாப் படிச்சிருக்குமா?
போன் வந்தால்
எடுத்துப்
பேசத்தெரிய வேண்டுமாம்
தராதரம் தெரியாமல்
தரம்பற்றிப் பேசிச்சென்ற
தேங்காய் வியாபாரி.

போலியோவால்
பாதிக்கப்பட்டவனை
இரண்டு பேர்
தூக்கிக்கொண்டு
திண்ணையில்
உட்கார வைத்தார்கள்
அவனுக்கு
அரக்காசு சம்பாதித்தாலும்
அரசாங்க வேலையாம்
காக்கா நிறத்தில்
இருக்கும் கருவாச்சியா
வேண்டாம்
என்னைத் தூக்குங்கடா
என்று
தேன் கூட்டிற்கு
ஆசைப்பட்ட முடவன்
போய்விட்டான்.

வரதட்சணை வேண்டாம்
வசதிகள் அதிகமாம்
பவுன் வேண்டாம்
பணம் அதிகமாம்
எல்லா செலவையும்
ஏற்றுக்கொள்ளும்
ஆசாமி வந்தான்
மூத்த தாரம் பைத்தியம்
இளையதாரம் இறந்துவிட்டாள்
மூன்றாந்தாரமாகக் கேட்டு
வந்தான்
அறுபது வயதுக்கிழவன்
இருபது வயதுப் பெண்ணை
தன் சுயநலத்திற்காக.

சோறு

கணவன்
மனைவியால்
மதிக்கப்பட்டால்
பிள்ளை
தந்தையை மதிப்பான்.

தந்தை மகனால்
மதிக்கப்பட்டால்தான்
மருமகள்
மாமனாரை மதிப்பாள்
அண்ணன் மனைவி
எப்படிச் சோறு
போடுகிறாளோ
அப்படியே
தம்பி மனைவி
போடுகிறாள்
உங்கள் மகன்
உங்களுக்கு
எப்படிச் சோறு போடுவது
என்று
இப்போதே
யோசித்துக் கொண்டிருக்கிறான்.